# ஒரு வெப்பமண்டலத் தாவரமாகிய நான்

# ஒரு வெப்பமண்டலத் தாவரமாகிய நான்

கார்த்திகா முகுந்த்

Title : ORU VEPPAMANDALA THAAVARAMAAGIYA NAAN
Author's Name : KARTHIKA MUKUNDH

Published by Ezutthu Prachuram

**Ezutthu Prachuram**
(An imprint of Zero Degree Publishing)
No.55(7), RBlock,
6th Avenue, Anna Nagar
Chennai - 600040

Website: www.zerodegreepublishing.com
E Mail id: zerodegreepublishing@gmail.com
Phone : 98400 65000

First Edition by Ezutthu Prachuram: February 2021
ISBN : 978-93-90884-74-2
TITLE NO EP : 178

Cover Design : Prasanna
Layout : Thendral Sivakumar

## ஒரு வெப்பமண்டலத் தாவரத்தின் கவிதைகள்

“ஆகாயம் இல்லாமல் ஆகாத உயிர் நான்.”

“வானம் வானமென்று துடிக்குமென் ஆவி
எப்போதுமே ஒரு செடியும் புள்ளும்தானா?”

“தட்டடித் தரையாகவோ கிடந்திருக்கலாம்
எப்போதும் வானம் பார்த்துக்கொண்டு.”

மேலுள்ள இந்த வரிகளை கல்யாண்ஜி எழுதவில்லை. நான் எழுதவில்லை. கார்த்திகா முகுந்த் எழுதியிருக்கிறார். எங்களைப் போல அல்லது எங்களையும் தாண்டியவர்கள் எங்கள் பிள்ளைகள் என்று மகிழும் பெற்றோராக நான் மகிழ்கிறேன்.

ஒரு மனித உடலில் உள்ள எல்லா செல்லும் ஒரே டி.என்.ஏ.யால் ஆகியவை, செல்லின் கருமையத்தில் டி.என்.ஏ குடியிருக்கிறது என்கிறார்கள். இந்த டி.என்.ஏ உயிர்ப்பெருக்கத்தின் மரபணுச்சூத்திரச் சங்கிலியில் நான்கு ரசாயனங்கள் ஜோடி ஜோடியாக விதம்விதமாக இணைவதால், விதம்விதமான மனிதர்கள் உருவாகிறார்கள். ஆனால் கருமையத்தில் எழுதப்பட்டிருக்கும் மூதாதையர்களின் குறிப்புகள் பிறவிகளைத் தொட்டுத்தொட்டுத் தொடர்கின்றன. கார்த்திகா முகுந்தோ நெடு நாட்களுக்குப் பின் தற்செயலாக சந்தித்த பெண்ணுக்கும்,

“சாளரக் கம்பிகளின் பின்
நான் கண்ட முகத்துக்கு – அப்போது
என் பிள்ளையின் சாயல்” என்று எழுதுகிறார். இங்கே உயிரியல் விதிகளை எல்லாம் தாண்டி, பார்க்கும் எல்லாருக்குமே தாயின் சாயல் அல்லது பிள்ளையின் சாயல்.

கார்த்திகா முகுந்தின் இந்தக் கவிதைத் தொகுப்பில் உள்ள எல்லாக் கவிதைகளும் என் மனதுக்கு நெருக்கமான கவிதைகள் என்பதில் ஆச்சர்யமில்லை. ஏனெனில் கார்த்திகாவின் கவிதைகள் பால்யத்தின் மந்திர சிலேட்டில் எழுதப்பட்டவை. தனது பால்யத்துடன் தனது மகளின் பால்யத்தையும்

இணைப்பதால் ஒரு தலைமுறையின் பால்யமே இந்தக் கவிதைத் தொகுப்பில் சேகரமாகி அடைமழையாகப் பெய்கிறது.

''என் பிம்பம் காட்டுவதெல்லாம்
என் தாய்க்கும் தாய்க்கும்
தாயாக வந்தவர்களின்
என் மகளுக்கும் மகளுக்கும்
மகளாகப் போகிறவர்களின் சிசுமுகமே''
என்று கார்த்திகாவின் கவிதைகளில் தாய்களும் மகள்களும் கோர்க்கப்படும் விதம், மிக இயல்பாக பால்யத்தின் மாறா அழகுடனும் களிப்புடனும் தொடர்கிறது.

''பால்யங்களைப் பதியனிடும் கண்ணாடி'' என்னும் அந்தக் கவிதை,

''என் மகள் பிறந்த நாளில்
என் வீட்டிலுள்ள
ஏழு கண்ணாடிகளுள் ஒன்று
மாயக்கண்ணாடி ஆகிவிட்டது.
மாறாமல் நீடித்திருக்கும் வசந்த காலத்தினின்று
கொய்து கொணர்ந்து
மாட்டப்பட்டிருக்க வேண்டும் அது.
முகம்பார்க்கும் கணந்தோறும்
வயது குறைந்தவாறுள்ளது.
.........

முராகமியின் இலையுதிர்காலக் கண்ணாடியின் பால்யம்
பூஞ்செடிகள் பதியனிடும்
எங்கள் முற்றத்தில் தொங்குகிறது''

என்று 18-19ம் நூற்றாண்டைச் சேர்ந்த கிஜோ முராகமி என்னும் ஜப்பானியக் கவியின் ஹைக்கூவின் கண்ணாடியைக் காட்டுகிறது.

கிஜோ முராகமியின் ஹைக்கூ:

முதல் இலையுதிர்காலக் காலை.
நான் வெறித்துப் பார்த்துக் கொண்டிருக்கும் கண்ணாடி
என் தந்தையின் முகத்தைக் காட்டுகிறது.
*

இரண்டு குமிழிகள் இணையும் கணத்தில்
அவை இரண்டுமே மறைகின்றன.
ஒரு தாமரை மலர்கிறது.

கிஜோ முராகமியின் கண்ணாடியை முற்றத்தில் தொங்கவிட்டு கவிதையைத் தலைகீழாக்கிவிடுகிறார். தந்தைக்குப் பதிலாக மகளைக் காட்டும் கண்ணாடியில் வயது குறைந்துகொண்டே போகிறது. ஊடிழைப் பிரதி என்பது ஏதேனும் ஒரு பிரதியின் ஓரிரு வரிகளைத் தனது பிரதிக்குள் இணைப்பதல்ல.

***

கார்த்திகா "ஒரு தலைமுறை வெயில்" என்று எழுதுவதை என்னைப்போன்ற வெப்ப மண்டலத்தைச் சேர்ந்தவர்களே புரிந்துகொள்ள முடியும்.

"என் மகளின் பகலுக்குள்
மெல்ல நுழைகிறேன்.
கதகதப்பாகப் பளீரிடும்
அவளுடைய வெயில்
என்னை மெதுவாக அணைத்துக்கொள்கிறது."

மகள்களைக் கருணைக்கொலை செய்வதெல்லாம் நடக்கும் காலத்தில் அம்மாக்கள் மகள்களின் பகல்களுக்குள் நுழையத்தான் வேண்டும். அந்த வெயில்ப்பகலில், தவிக்கும் மகளின் ஆதி இதயம் அம்மாவை அணைத்துக்கொள்கிறது. "வீழ்ந்துபடும் சூரியனும்" கவிதையில் கார்த்திகா தனது சமூக அக்கறையை நேரடியாகப் பதிவு செய்கிறார்.

குழந்தைமை என்பது உயிர்களின் ஆதிமூச்சு. ஆதிமூல மூர்க்கத்தின் சுவடுகளில் தவழ்பவை என்பதால் பயன்படுத்தப்படாத கூர்மையை சக்தியாகத் தனக்குள் பொதிந்தவை. எதுவுமின்மையில் இருந்து தொடக்கமுறும் குழந்தைமை, தனது குருத்து விரல்களால் நமது பெரும் வரலாற்றைப் பரிசீலிக்க வல்லவை. குழந்தைமையின் வாயில் ஒழுகும் எச்சிலில் வரலாற்றின் மரணம் நேரிட இருக்கிறது.

தமிழர் நாகரிகத்தில் பிரபஞ்சத்திற்கே ஞானம் கற்பிப்பவனாக ஒரு குறிஞ்சி முருகன் மலையேறி நிற்கிறான். வாய்க்குள் பிரபஞ்சம் காட்டும் கண்ணனோ, விண்மீன்களால் கிழக்கின் ஞானிகளைவழிநடத்தும்குழந்தை ஏசுவோ, பெரும்சக்தியாகச் சுழன்று பெருவழி மனித வாழ்வைப் புதுப்பித்துக்கொண்டே இருக்கிறார்கள். தறிகெட்டு ஓடப்பார்க்கும் தகப்பனை

மட்டுமல்ல; வரலாற்றையே திசைதிருப்பும் வல்லமை கொண்டது குழந்தைமை.

கவிகளைப் பொறுத்தவரை குழந்தைமையின் ஒரு கீற்று சதா அவர்களைப் புதுப்பித்துக்கொண்டே இருக்கிறது. பித்தும் குழந்தைமையும் அருகருகே நிற்கும் இடங்களில் எல்லாம் கவிதையின் மஞ்சனத்தி மரம் இருக்கும். இலைகள் விசித்திர மஞ்சள் நிறத்தில் இருக்கும். உச்சிக் கொப்பில் ஒரு மஞ்சள் குருவி நம்மை நிசப்தமடையச் செய்து கவிதையாய் அழகு காட்டும்.

பாப்லோ நெருடா சிறு பையனாக இருக்கையில், ஒருநாள் வீட்டுப் பின் முற்றத்தில் விளையாடிக்கொண்டிருக்கிறார். வேலியில் இருந்த துவாரத்தின் வழியாக ஒரு சிறுவனின் மாயக்கரம் நீண்டு ஒரு அற்புதமான ஆட்டு பொம்மையை வைத்துவிட்டுக் காணாமல் போகிறது. பதிலாக பாப்லோ, ஒரு பைன்மரப் பழக்கூம்பை வைத்துவிட்டு வருகிறார். அது போன்ற ஒரு பொம்மை தன் வாழ்நாள் முழுவதும் உலகம் முழுவதும் தேடியும் நெருடாவுக்குக் கிடைக்காமல் போகிறது. நெருடா ஒரு விலைமதிப்பற்ற உண்மையைக் கண்டுபிடிக்கிறார். ஒருவரையொருவர் அறியாத குழந்தைகள் பரிசுகளைப் பரிமாறிக்கொள்வதைப் போல மனிதம் எந்த வகையிலேனும் எப்போதும் இணைந்தே கூடிக் குலாவிக்கொண்டே இருக்கிறது என்பதுதான் அது. குழந்தைமையின் அந்தச் சிறிய பரிசுகளின் மாயப் பரிமாற்றம் அழிக்கமுடியாதவாறு தனக்குள் பதிந்திருந்து என்றும் தன்னுடைய கவிதைக்கு ஒளியூட்டிக் கொண்டிருந்தது என்றும் நெருடா குறிப்பிடுகிறார்.

கார்த்திகா முகுந்தின் இந்தத் தொகுப்பு முழுவதிலுமே குழந்தைமையின் ஒளியே சேகரமாகியிருக்கிறது. தொகுப்பிலிருந்து கசியும் ஒளி புவிக்கூடாரம் முழுவதையும் நிறைக்கிறது.

***

சமையலறையில் இருக்கும்போதுதான் பெண்கள் கனாக் காணுகிறார்கள். சிந்தனைகளில் ஈடுபடுகிறார்கள் என்பது யாருக்கும் தெரியாது. ஏன் இப்படி உருளைக்கிழங்கைத் தீய்த்துவிட்டாய் என்று கத்த மட்டுமே ஆண்களுக்குத் தெரியும். ஆனால் உருளைக்கிழங்கு வறுபடுகையில்

அந்தப்பெண் எவ்வளவு பெரிய கனாக்கண்டார் என்பதை எவரும் அறியார். இந்தக் கவிதையில் கார்த்திகா, நெல்லைக் காந்திமதித்தாயையே சமைக்க வைக்கிறார். வடைக்கு சட்டியில் எண்ணெய் காய்கிறது. காந்திமதியம்மன் ரதவீதி விநோதங்களைப் பலகணி வழியே எட்டிப்பார்க்கிறார்.

"பதம்பார்க்க இட்ட ஒரு துளி மாவு
மெதுமெதுவாக மேலே வருகிறது.
வெளிப் பிரகாரப் பலகணி வந்து
ரதவீதி விநோதங்களைப் பார்க்கிறேன்.
காற்று எங்கிருந்தோ இழுத்து வந்த நீர்த்துளி
காயும் எண்ணெயில் பட்டுத் தெறிக்கும் ஒரு வரி.
கர்ப்பக்கிருஹத்துக்குத் திரும்பும் நேரம் வந்துவிட்டது.
கண்மூடி மீண்டும் யோஹத்தில் அமர்கிறேன்.
மோனம்... மோனம்... மோனம்..!"

இந்தக் கவிதையை, பதம்பார்க்க இட்ட ஒருதுளி மாவாக கார்த்திகா முகுந்த் இத்தொகுப்பில் சேர்த்திருக்கிறார். கவிதைத் தருணத்தை தொன்மப் பலகணியிலும் கவிகள் புத்தம்புதிதாக உருவாக்க முடியும். இன்று புனைவில் பலரும் செய்துகொண்டிருக்கும் தொன்ம *Retold* அல்லது *Recreate* இல்லை. தொன்மப்புள்ளியில் இருந்து கவிதை துள்ளிக்குதிக்கிறது. காந்திமதித்தாயோடு கார்த்திகாவும் மோனத்தில் அமர்வது கவிதையாகிறது.

கார்த்திகாவின் கவிதை, கட்டற்று எல்லாப் பக்கங்களிலும் துள்ளிக்குதித்துப் பாயும் என்னும் நம்பிக்கையை இத்தொகுப்பு நமக்கு வழங்குகிறது. தொடர்ந்து எழுதுங்கள் கார்த்திகா. வாழ்த்துக்களுடன்,

மதுரை
சமயவேல்

*07.02.2021.*

சீதாம்மாவுக்கு...

# சூர் அணங்கு

**கா**ல்நுனியில் மண்ணுதறி
கணத்தில் விண்ணேகும்
நான் இந்தப் புள்.
மனமேதிடற? – அந்த
மலையினில் பொழியும் அருணனையள்ளிப்
பூசிக்கொள்ளப் பிறந்தவள் நான்.
மர்த்தன நர்த்தனங்கள் – என்
மறைத்தருளும் விளையாட்டு.
யுகங்களைக் கலைத்தாடும்
விளையாட்டில் நான் சலிக்கையில்
பிரபஞ்சமே... எனைச் சரண்புகு.
சூன்ய-ஜன்யங்களின் தேவியை நீ இன்றறியாய்..!

ஒரு தலைமுறை வெயில்
இந்தப் பகல் எவ்வளவு மங்கியுள்ளது!!
இல்லை... இது மழைநாளில்லை;
மேகங்களின் மூட்டமில்லை.
வேனிற்காலத்தின் நடுப்பகலில்
வெயில் ஏன் இவ்வளவு இருட்டு?
பழைய பகல்கள்
எவ்வளவோ தொலைவிலும்
ஏன் இவ்வளவு வெளிச்சம்?
அஞ்ஞாபகங்களின் நிழல்
இன்றைய பகலை இருட்டுகிறது.
பழைய பகல்களின் வெளிச்சம் - என்
பால்யத்தின் வெளிச்சம்.
காரணமின்றித் துள்ளிக் குதிக்கும்
கன்றுக்குட்டிகள் திரிகின்றன அப்பகல்களில்.
நினைவுகூர இயலாப் பாடல்கள்
அவ்வெயிலை இசைக்கின்றன.
தாவரங்கள் கற்பனைக்குக் கூடாத
பசுமையில் சிலிர்க்கின்றன.
காரணமற்ற சிறுபிள்ளை மகிழ்ச்சி
அப்பகல்களின் வெளிச்சத்தில்.
கடும் பாலைக் கோடைகளின்
சாயல்கொண்ட பகல்கள்.
அவை தந்த குளிர்ச்சி இணையற்றதெனக்கு.

இன்றைய பகலின்
இருட்டை உரித்துக்கொண்டு
என் மகளின் பகலுக்குள்
மெல்ல நுழைகிறேன்.
கதகதப்பாகப் பளீரிடும்
அவளுடைய வெயில்
அணைத்துக்கொள்கிறது என்னை மெதுவாக.

## வெப்பச்சலனம்

சக்கரவாகமாய் ஏந்திக்கொள்வேன்
உன் சொற்கள் காற்றைத் தீண்டும் முன்னால்.
தாகம் தீர்க்கும் மழைத்துளி சிந்தப்படும் வரை
சலனித்திருக்க வேண்டும் உன் சொற்கள்.
எனைச் சூழ்வெளியெங்கும்
ஒரு மேகத்தின் நிழல் போலுன் உரையாடல்
வருவதும் போவதுமாய்.
உயிர்ப்போடு இருக்கும் சொற்களின் பாதையில் - அந்தக்
கடைசி மழைத்துளி தாங்கிய மேகம்
கடக்காதுமிருக்கட்டும் என் வானத்தை எப்போதும்.

## மலை என்கிற சூனியக்காரி

இயற்கையின் அன்பை
மொழிபெயர்த்துக் கொண்டிருந்த
மலையின் பாடலைக் கேட்கப் போனேன் ஓர் நாள்.
அணைத்துக் கொள்ள
தோள்களை விரித்திருந்த மலையின்
மடிகளும் கரங்களும் எண்ணத் தொலையவில்லை.
தட்டாம்பூச்சியின் சிறகு வழி
வானம் பார்த்துக்கொண்டு போன என்னை
தாலாட்டித் தோளில் சாய்த்துக்கொண்ட
மலையைக் கட்டிக்கொள்ள
என்னைக் கரைத்துக் கொண்டு
பொங்கியது அன்பு.
தாய் மரத்தைக் கட்டிக்கொள்ள
ஆசை கொண்ட வேப்பம்பூவாக
மலையின் நிழலில் நான்
மயங்கிக் கிடக்கிறேன் இப்பொழுது.

## சிறுபொழுது

மறைந்து கொண்டிருந்த சூரியனை
குறுக்கே கீறி
கடலில் எறிந்து சென்றது
கட்டுமரம் ஒன்று.
உடைந்ததை மீண்டும்
ஒட்டிக்கொண்டு போகவேண்டி
மேற்கேயே தயங்கி நின்றது
பாதி சூரியன்.
மிச்ச சூரியனைக்
கடத்திக்கொண்டு வருவதும்
மீட்டுக்கொண்டு செல்வதுமாய் உள்ளன
சில அலைகளும்
சில அலைகளும்.

## ஒளியுதிர் காலம்

மேற்கில் சாய விரும்பாத
செதில் செதிலாய்
தன்னில் உதிர்ந்த சூரியனை
அலையில் ஏந்திக்
கரைசேர்த்துக் கொண்டிருந்தது
கடல்.
காலையில்
கரையெங்கும் தேடிப் பொறுக்குகிறேன்
சூரியச் செதில் மினுக்கும் சிப்பிகளை.

வாழைக்குருத்தில் ஒழுகும்
நுண்மழைத்துளியாகும் எளிய இரவு
கனத்துக்கிடக்கிறது இன்று
சிறு மரக்குச்சியிழுக்கும் திருவைக்கல்லென.
எப்போதோ வீடடைந்திருக்க வேண்டும் –
நீயின்றித் தனியாய்
நெடுவெளியில் நின்றிருக்கும்
திசைதவறிய ஆட்டுக்குட்டி.
வாசல் மாடக்குழி விளக்கேற்ற
விண்மீன் தேடிச்சென்ற நீ
விலக்கிவைத்த நட்சத்திரங்கள்
மின்மினிகளாய் மண்ணில் வந்து
திசையெங்கும் நிறைய
திகைத்து நிற்கிறது வழிமறந்து.
எதிர்க்காற்றில் அவியாத எரிசுடரென
பிரியத்தை ஏந்திவை – உன் வாசல் மாடத்தில்.
வீடடைய வேண்டும் மேய்ப்பனில்லா ஆட்டுக்குட்டி.

## வெப்ப மண்டலத் தாவரமாகிய நான்...

உன் வெயிலை கொஞ்சம் எடுத்துக்கொள்ளட்டுமா?
என் வெயில் எனக்குப் போதவில்லை.
என்ன... உனக்கா?
அந்த மென்மஞ்சள் சிரிப்பு
செந்நிற ஜ்வலிப்புன்னைக்
கவரவில்லையாமே...
உயிருட்டுமதன் நறுமணம் நீ
முகரவில்லையாமே...
இளஞ்சூட்டின் அணைப்பு
நண்பகலின் தகிப்புணர
நேரமில்லையாமே...
வீடு வாசல் அறை ஜன்னல்
கதவுகளைத் திறந்துவைத்து
எங்கே நீ போயிருந்தாய்
வெயில் உன்மேல் வீழாமல்?
நீ செலவழிக்காத வெயில் – உன்
அறைகளெங்கும் குவிந்திருக்கிறது.
வீணாகிப் போகுமதை
நான் கொஞ்சம் எடுத்துக் கொள்ளட்டுமா?
வெயிலைப் பருகுமளவு உனக்கு
தாகம் போதவில்லையாமே...

என் கனவில் தோன்றும்
அன்னையின் சாயல் அவருக்கு.
நெடுநாட்கள் பிறகான சந்திப்பு.
நிலைப்படி தாண்டி உள்நுழைகையில்
வரவேற்பில் விகசித்த மென்னகையில்
அன்பு பகர்மொழியில்
அடிசிலிட்ட கரத்தில்
எதிலும் எதிலும்
பிரியத்தின் இழை நெய்யும் மாயம்.
அவர் சேலை நுனியைப் பற்றிக்கொண்டே
பின்செல்லுமென் பிள்ளைமனம்
எல்லாவற்றின் இடையிலும்
விடைபெறும் கணத்தையெண்ணி
விதிர்விதிர்க்கும் பின்னும்.
இதமாக அணைத்து
எனை அனுப்பி வைத்த
முகம் நோக்கித் திரும்பினேன்;
சாளரக் கம்பிகளின் பின்
நான் கண்ட முகத்துக்கு - அப்போது
என் பிள்ளையின் சாயல்.

*(சீதாம்மாவுக்கு...)*

இது
யுகமாடும் சூதாட்டம்; நோயன்று.
என் கடைசி முத்தம்
இதன் பணயமாகிறது.
நோய்
கிருமி
தனிமை
சாவும் அச்சமில்லை.
பகடை என் கையில் வரும்நாளில்
பன்னீர்ப்பூ வாசம் வீசும்
என் சிறுமகளின் விரல்கள் பற்றி
முத்தமிடக்கூட ஆகாமல் நான்
செத்துவிடக்கூடலாம் இவ்வாட்டத்தில்.
என் குழந்தைக்கான முத்தத்தை
பணயம் கேட்கவா
யுகாந்திரங்களாகக் காத்திருந்தாய்
பிரபஞ்சமே?
ஆட்டம் தொடர்கிறது.
என் கடைசி முத்தம்
நட்சத்திரங்களாக மாறி
நடுங்கிக்கொண்டு காத்திருக்கிறது.

நான் மட்டும் வசிக்கும் இந்த ஊரில் தனிமையில்லை;
நாலாபுறமும் கானல் கசிய
நச்சரவு போல் கூர்கற்கள் தாங்கி
நடுவில் ஊர்கிற இப்பாதை தனிமை.

நெடுஞ்சாலையில் எனக்கெனக்
காத்திருக்கிறதொரு ரொட்டிப் பொட்டலம்.

எதிரில் தடுமாறி வருகிறது
எங்கோ வழிதவறிய ஆட்டுக்குட்டி.
'என்னை ஏந்திக்கொள்' என்றது அருகில் வந்து மெதுவாக.
அள்ளிக்கொள்ளத் தூண்டும் அழகுதான்.
ஏதும் பேசாமல் பார்த்துக்கொண்டிருந்தேன்.

'என்னை ஏந்திக்கொள்' என்றது மீண்டும் மெதுவாக.
'அம்மா எங்கே? நான் அழைத்துச் செல்லவா?' என்றேன்
அதைத் தொடாமலேயே.

கைவிடப்பட்ட அதன் கண்கள் கொஞ்சம் மினுங்கின.
காற்றில் நடுங்கும் ஒரு 'மேஏஏ...'யை எறிந்துவிட்டு ஓடியது.

'என்னுடன் பேசு... என்னுடன் பேசு'
என்றதன் பின்னால் ஓடத் தொடங்கினேன்.

இத்திசைகளற்ற வெளியில்
ஓடிக்கொண்டிருக்கிறேன் இப்போது
என் தனிமையைத் துரத்திக்கொண்டு.

நெடுஞ்சாலையில் எனக்கெனக்
காத்திருக்கிறதொரு ரொட்டிப் பொட்டலம்.

## தலக்காடு 1

**கா**வேரியின் அருகில் நின்ற
கல்மண்டப அழகைக் காண
கரையில் இறங்கி நின்றேன்.
முடுக்குத்திரெயின் பசிய மினுக்கை
காவேரிக்கிணையாக எடுத்துக்காட்டிய
செல்ல ஆட்டுக்குட்டியே...
வதங்கிய தாமரை இலைகள் போலுன்
மென்கருப்புக் காதுகளை
விடைத்துக் குறுகுறுத்த
வெண்ணிற ஆட்டுக்குட்டியே...
கல்மண்டபம் காண மறந்து – உனைக்
கரங்களில் அள்ளிக் கொஞ்சிய அன்று
ஒரு கனவு கண்டேன்.
நெய்யாற்றின்கரையில் ரயிலில் இறங்கி
சிற்றோடைக்கரையில் சென்றேன்
சில ஆநிரைகள் பின்னே.
புறங்காட்டி குழலிசைத்து நின்றிருந்த கண்ணனின்
புஜம் பற்றித் திருப்பினேன்.
என் தாத்தாவின் முகம் அது.
அங்கே நீ ஏன் வந்தாய்
அழகிய ஆட்டுக்குட்டியே...
ஓடையின் குறுக்கே தென்னம் பாலத்தை
ஓடிக்கடந்ததேன் ஆட்டுக்குட்டியே...
உன்னைத் தொடர்ந்துவந்தபோது

ஓடையின் இக்கரையில்
முடுக்குத்திரெ காவேரி.
இயேசுநாதர் கையில் சிரித்தபடி நீ...
கையில் உனை ஏந்திச் சிரித்தபடி அவர்...
இருவர் முகமும் எங்கோ பார்த்த முகந்தான்!
அடுத்த கனவிலும்
அவரை நீ அழைத்துவா
அன்பிற்குகந்த ஆட்டுக்குட்டியே...
அதற்குள் யோசித்து வைக்கிறேன்
சரிபார்க்கவேண்டும்
நீவிர் இருவரும் அவர்கள்தானாவென!

## தலக்காடு 2

மண்மூடும் சாபத்தில் தப்பிவந்து
கண்நிறைத்து கம்பீரம் காட்டுகின்ற
ஆயிரம் வயது கோயிலின் உள்ளே
அதிசயிக்கத் திடமின்றி நின்றிருந்தேன்.
அழகுமிளிர் சிற்பங்கள் என்கின்ற
வழக்கு தேய்ந்த சொற்களிலே
அதிருப்தி கொண்டு நின்றன
இராஜராஜன் வடிப்பித்த சிற்பங்கள்.
என் கற்பனையின் வறுமைக்கு
வெகுளாதீர் சிற்பங்காள்!
வடிப்பித்தவன் பெயரை
வரலாறு சொல்கிறது;
கலைவடிவின் எழிலை
கவிதையோ கட்டுரையோ.
நான்காக வளைந்த தும்பிக்கை மடிப்பில்,
நாணேந்தி நிற்கும் வேடனின் கண்துடிப்பில்,
நாரியெனக் காட்டும் ஒயிலிடையின் ஒசிவில்,
நகக்கண்கள் செறிந்து காட்டும் ஒரு அசைவில்
கண்கள் எங்கும் தேடுவது
கல்வடித்தவன் பெயரைத்தான்.
கரத்தலில்தானோ சிருஷ்டியின் உன்னதம்!
படைத்தவன் மட்டும் அறிகின்ற
சிருஷ்டியின் உன்னத ரகஸ்யங்களுள்
படைத்தவன் பெயருமோர் ரகஸ்யமோ?
கண்டிட கண்டிட கண்டிலனே...

**வ**ன உயிரி ஒன்று பற்றிக்கொள்வதுபோல்
முகிலின் நிழல் கடுகிப் படர்ந்த மலையில்
சிறு உலா சென்று
களிகூர்ந்து வந்தோம் ஒருநாள்.
நீ முதன்முதலாகப் பள்ளி செல்கின்ற மறுநாளில்
அந்நிழல் படர நின்ற என்னிடம்
அதைக் கொஞ்சம் வாங்கி
உனது களிப்பினை என்னிடம் பகிர்ந்து செல்கிறாய்
ஒரு காட்டு மலரெனச் சிரிக்கும்
என் வன தேவதையே!

## நிமித்தப் புள்

**வி**டைபெறுவதற்கென
சேமித்துவைத்த சொற்களை
ஒவ்வொன்றாகப் போட்டு
உன்னிடம் பேசிக்கொண்டிருந்தேன்
தானியங்கித் தொலைபேசியில்.
சேமித்த வார்த்தைகள்
தீர்ந்துகொண்டிருந்த நொடியில்தான்
விடைபெறும் நேரமும் வந்துவிட்டிருந்தது.
சொல்லிமுடிக்குமுன்
இணைப்பறுந்துபோன தொலைபேசியை
வெறித்துவிட்டு
ஒலிவாங்கியை அமர்த்துகையில்
நாணயங்களைச் சேகரிக்கும் துளையருகே
பறந்தமர்ந்த காகம் ஒன்று
கற்கள் ஏதும் போடாமல்
கரைந்துகொண்டிருந்தது.
க்ராஸ்டாக்கில் யாரேனும்
கேட்டிருக்கக்கூடும்
தாகித்துக் கரைந்த ‘கா-கா’வையோ
துக்கித்து நடுங்கிய ‘பை-பை’-யையோ...

## காய்தல் உவத்தல்

கண்ணாமூச்சி ஆடும்
மூன்றாம்பிறையாக இருந்திருக்கலாம்;
காண விரும்பாத நான்காம்பிறையாகவேனும்.
நட்சத்திரங்களாக மினுக்கிக் கொண்டிருந்திருக்கலாம்.
வெண்நுரையால் ஆசைப்படி
வரைந்து அழித்துக்கொண்டிருக்கலாம் – அதை
வேடிக்கை பார்த்துக்கொண்டு பச்சைக்கிளியாக
விர்ரென்று பறந்திருக்கலாம் - அல்லால்
அவ்வப்போது வந்துபோகும் வானவில்லாகவோ
கணம்கணம் சொடுக்கி மறையும் மின்னலாகவோ
எங்கேயோ எப்போதும்
மழை தூறிக்கொண்டு
வசீகரத்தையும் வெறுப்பையும்
வாரிக்கொண்டிருக்கலாம்.
எல்லைகளற்று
நிர்மலமான நீலமாக விரிந்திருக்கலாம்.
அல்லது
எடுக்க மறந்து காயவிட்ட கொடிக்கம்பி உடைகளாகவோ
அவை உலர்கின்ற
தட்டடித் தரையாகவோ கிடந்திருக்கலாம்
எப்போதும் வானம் பார்த்துக்கொண்டு.

## செங்கண்மால் தான் கொண்டு போனான்...

**க**ல்யாண வாழையில்
முன்னங்கால்களை எக்கி
நார் உரித்துச் சுவைத்துக்கொண்டிருந்த
மருண்ட ஆட்டுக்குட்டியை
விரட்டிவிட்டுச் சென்றவர் –
செல்ல மகளை வழியனுப்பித் திரும்புகையில்
கண்ணீரைக் கடித்துக்கொண்டு
தேடிப் போனார்
கருத்து மினுங்கிய
கண்கள் கொண்ட
மருண்ட அந்த
சின்னஞ்சிறு ஆட்டுக்குட்டியை.

இரு மச்சங்கள் உரை நிறுத்தி ஓயும் - சிறு
மலர் குவிந்து முகைப்பருவம் எய்தும் - நீ
தொடும் சிணுங்கி இலைகள் மெல்லக் கவியும் - உன்
துயில்தொடங்கும் அழகு நிகழ்தருணம்.

## வீழ்ந்துபடும் சூரியனும்

காலை நடைப்பயிற்சிக்குச் செல்லும் பூங்கா அது.
அலுவலகம் சென்றுவரும் பரிச்சயமான வழி அது.
அன்றாடம் பல நூறு வாகனங்கள் கடந்துசெல்லும் பாதை அது.
கலையோ கட்டிடமோ என
செந்நிறச் சுவர்களுடன் மையத்தில் நிற்கும்
மிகப்பழைய நூலகம்.
மாலையில் தந்தையருடன் குழந்தைகள் விளையாடும் பூங்கா அது.
சுற்றுலாப் பயணிகள் தவறவிடாத இடம் அது.
பள்ளிப் பிள்ளைகள் பேருந்தில் – தம்
ஆசிரியர்களுடன் வரும் இடம் அது.
மனம் கவரும் பூஞ்செடிகள் அழகு சிந்தும் இடம் அது.
கோடைகளில் நிழல்பரவும் பெருமரங்கள் நிறைந்திருக்கும் இடம் அது.
நாளைய நிழல்தரும் தருக்களை விற்கும்
நாற்றங்கால்களைக் கொண்ட இடம் அது.
நேற்று முன்தினம் என் சிறுமகளோடு
செல்ல நடை பயின்ற இடம் அது.
யாரோ ஒருவரின் செல்ல மகளாக வளர்ந்துவிட்ட பெண் அங்கு
சிதைக்கப்படக்கூடிய சாத்தியங்கள் ஏதுமற்று
பசிய வெளிச்சத்தில் பொலிந்து நின்றது.
இத்தனை நாள் நான் அறியவில்லை –
இரவுக்கு வேறு முகம்

இரவுக்கு வேறு குணம்.
இப்போது அங்கு உதிர்கிற
இலைகளின் மலர்களின்
சாயல் கொஞ்சம் மாறிவிட்டது.
இன்று அவ்விடத்தைக் கடக்கையில் கண்டேன்
நடுங்கிக்கொண்டு வீழ்ந்த ஒரு சூரிய கிரணத்தை.

## கைக்கிளைச் சூரியன்

**க**ற்ப நிகற்ப பதுமமாயென்
பிம்பம்தனைச் சிதற்றியோடும்
காலப்பேரியாற்றில்
நீராடிக் கரையேறும் தேவகன்னிகை.
நீள்மலைக் கானகங்கள் கூந்தலாக
நெருப்பன்ன மலர்கள் சூடிக்
கொலுவீற்றிருக்கும் அவள் திருவோலக்கத்தில்
வந்து வந்து செல்கிறேன்
பிரபஞ்சம் தோன்றிய நாள்தொட்டு.
பெண்ணல்ல; மாயையல்ல;
இயற்கையெனும் பெருந்தேவி –
ஏற்பாளோ இவ்வற்பத் திகிரி!
எரிந்து தீர்கிறேன் ஊழிநாள் மட்டும்
என் பிரகாசமுழுமையுமவள்
சமர்ப்பணமாக.

## குணமடைதல்

காலகளைக் கீழிறக்க அஞ்சினேன்
மருத்துவமனை கட்டிலைச் சுற்றிலும் குப்பைகள்
சொற்களாய் சொற்களாய்.
தலையணையின் தோள்களில்
முகம் சாய்க்கத் திரும்புகிறேன்.
சூரியனோ நிலவொளியோ
பூத்திருக்கும் ஜன்னலில்
திரைகள் பையத் தளர்த்தி
நுழைகிறது தென்றல்.
என் காயங்கள் ஆறும்
என் வலிகள் தீரும்
நான் உறங்குவேன்.

## ஊழி

பண்டிகைக்கால போக்குவரத்து நிலையங்கள்
போலத்தான்
மழைத்துளிகளால் நிரம்பத் தொடங்கியது இந்த நகரம்.
ஒவ்வொருவருக்கும் ஒரு துளி என்ற விகிதத்தில்
தூறத் தொடங்கியது முதலில்.
மழை பெருகப் பெருக
மனங்கள் மெல்ல தளும்பத் தளும்ப
மழை பெருகிப் பெருகிப் பெய்தது மேலும்.
பண்டிகையோ... பசி நாளோ...
வேறுபாடெல்லாம் அழியப் பொழிந்தது.
மண் நனைய மனிதர் நனைய
பொழிந்து தீர்த்தது.
பழைய பரிச்சயத்தில்
ஈரம் கசியத் தொடங்கியது
மனங்களின் ஆழத்தில்.
அதன்பிறகு நகரெங்கும் வெள்ளப் பெருக்கு –
உள்ளிருக்கும் ஈரத்தை நாம் நினைவுகூரும் வாய்ப்பாக
உள்ளிருக்கும் ஈரத்தை மறந்ததன் தண்டனையாக
நம் ஈரத்துக்கும் தன் ஈரத்துக்கும்
வேற்றுமைகள் பல நூறெனச்
சொல்லாமல் சொல்ல
வெள்ளமாய்ச் சூழ்ந்தது ஊழி மழை.

நீண்ட பயணத்துக்குப் பின்
தனிமைக்குத் திரும்பும் என்
அலைவுறு மனத்தின்
அர்த்தமற்ற பதற்றத்தின் சாயல் கொண்டு
கவிகிறது இம்மாலை.
குறைந்து வரும் பகலொளி தரும்
அச்சத்துக்கிணையான
வசீகரத்தில் மயங்கி
நீண்டு விழும் ஜன்னல் கம்பி நிழல்கள் தாண்டி
முற்றத்துக்குச் செல்கிறேன்.
ஒரு சில நாட்கள்
நீர்காணா சங்குபுஷ்பம்
பூத்திருந்ததா இன்று காலை?
ஆலம்பூ ஒன்று நீலத்தில் பூத்திருக்கக் கண்டு
இம்மாலையை வழியனுப்பி வைக்கிறேன்
ஒரு குறையுமற்று.

## முப்பட்டகத்தின் கனவுகள்

என்னிடம் அதிர்ஷ்டம் தரும்
ஏழு கனவுகள் இருந்தன
வானவில்லின் நிறங்கள் கொண்டு.

வசந்தகாலத்தின் ஒரு மதியவேளையில்
நீலநிறக் கனவினையென்
தொட்டி மீனுக்குணவிட்டேன்.
கடலைச் சென்றடையும் அதன்
கனவு நிறைவெய்திற்று.

கருநீலக் கனவினை நான்
நிசிகளிலே தனித்துறையும்
விண்மீன்கள் துணையாக
அனுப்பி வைத்தேன்.

படிகமொத்த கூழாங்கல்லாய்
நதிமடியிற் சேரும்வணம்
ஊதாநிறக் கனவுதனை
ஒரு புதுப்புனலில் நழுவவிட்டேன்.

பச்சை நிறக் கனவினையோர்
பூவாளியிட்டு – மனிதரண்டா
புல்வெளிக்குப் பகிர்ந்துபெய்தேன்.

ஒளிசிந்தும் விசித்ரப் பூக்கள்
மலருமாறு எந்தன்
தோட்டத்துச் செடிகளுக்கு
உரமாக உதவிற்று
மஞ்சள் நிறக் கனவு.

நடைபாதை வசிப்பவர்கள்
குளிர்காயும் தணலில்
விறகாக்கியிட்டேன்
ஆரஞ்சு நிறக் கனவை.

இறுதியாய் மிகுந்திருந்த
செந்நிறக் கனவுதனை
அண்டரண்ட பக்ஷியாக்கி
அந்திவானில் ஒளிர்ந்துநிற்கும்
ஆதவனை அடையச் செய்தேன்.

ஆதியும் அந்தமும்
ஒன்றென நான் உணருமாறென்
அதிர்ஷ்டக் கனவுகள்
பலனளித்த நாள் அன்று.

சிணுக்கோலி
சிணுக்கோரி
சிக்குநீக்கி
சிணுக்கோதி
மயிர்க்கோதி
சிடுக்குருவி...
தலை கோதி
தலை கோதி
தலை கோதமுடியாது
தடுமாறி
எவ்வளவு முயன்றும்
பிரிக்கமுடியவில்லை
கேலிப்புன்னகையை முடிந்திருக்கும்
சொற்களின் சிடுக்கை.

## மழை நிழல்

**ந**னைவிக்கவேண்டிய இடங்களை
நினைவூட்டிக்கொண்டபடி விரையும் மேகங்கள்
பட்டியலில் இல்லாத ஊர்களுக்கு இரங்கி
தத்தம் நிழல்களை விட்டுச் செல்கின்றன.
திரிந்த நிலங்களெல்லாம் மழையின் நிழல் நனைக்க
பாலைக்கள்ளி சொட்டுகிறது
துளி அமிர்தம்.

## ஒரு கார்பருவ முதல் நாளின் இரு சித்திரங்கள்

ஒன்று

ஒரு மழை நல்லது என் தனிமைக்கு.
மென்சாரல் வேண்டாம்
சிறுவெயில் வேண்டாம்
வானவில் வேண்டாம்
வெறும் மழை
வெறும் மழை
வெறும் மழை - இந்தக்
கார்பருவத்தின் முதல் துளிக்குக்
காத்திருக்குதென் தோட்டம்.
முல்லை பூத்தாயிற்று இதோ...
முதுவேனில் வரையிலும்
பேசத் தவித்திருந்து
சேர்த்து வைத்த சொற்களெல்லாம்
பேசி வா சடசடென.
என் தோட்டத்து மாதுளம்மொட்டின்
நுனியினில் தங்கி
அதன் மோனத்தை
அருந்திட -
கடுகி வா பெருமழையே...
என் தனிமைக்கு நல்லை நீ!

இரண்டு

**அ**வற்றில் பல
முதன்மழை பார்க்கும்
மிகமிகச் சிறிய புறாக்கள்.
பிள்ளைக்குறும்பைக் கைவிட

இன்னும் சிலமணி நேர அவகாசம் கொண்ட
சின்னஞ் சிறிய புறாக்கள்.
சிதாரைகளை தானியமணிகளெனக்

கொத்தத் துரத்தி
சிறகு நனைய ஓடி
அன்னையின் கழுத்தருகே
ஒடுங்குகிற குஞ்சுப்புறாக்கள்.
ஓயாமல் மொணமொணத்துக் கொண்டு
பதறிப் பதறிச் சிறகை உதறிக்கொண்டு
புறாக்களுக்கு என்னவோ மழையோடு கோபம்.
துடிக்கும் மணிக்கழுத்தை
அடிக்கடி அடிக்கடி திருப்பி
இறகுகள் கோதிக்கொள்ளும்
அவற்றினில் ஒன்றையள்ளி
என் கைகளின் வெம்மையைப் பகிர்ந்திடும்பொழுது
நிறைவெய்தட்டும் இந்நாள்.
மழையான மழையாகச் சீறியடிக்கிறதிம்மாலை.

மலர்களை உதிர்க்கும்
மரங்களின் சாலையில்
மேலேறி வந்துகொண்டிருக்கிறது சூரியன்.
சாலையோரம் பதிந்திருக்கும்
சிவப்பு விளக்குகளில்
விடியல் கண்டு கரைகிறது
நடைபாதைக் காகம்.
மின்னும் இளவெயிலைக்
கன்னங்களில் பூசிக்கொண்டு
பள்ளிக்குப் போகும் பிள்ளைகள்.
ஓடைநீரில் சலசலக்கும்
உச்சிவெயில் சூரியனைக்
கொத்தித் தின்கிறது
கொக்கொன்று.
மரஞ்செடிகொடிகளுக்கு உணவிட்டு
கூடுதிரும்பும் மென்கதிர்
சாலையோர விளக்குகளை
ஏற்றிவைத்துப் போகிறது.
இரவெல்லாம்
தெருவெல்லாம்
சூரியச்சுவடுகள்.

## பொற்சித்திரம்

தேனுண்ணும் வண்ணத்துப்பூச்சி
பைய சிறகசைக்கிறது
நீ தூக்கத்துள் நழுவிச் செல்கிறாய்.
மீன்குஞ்சுகள் இரண்டு
மென்மையாகப் பேசுகையில்
உறக்கம் விழிக்க ஆயத்தமாகிறாய்.
உடைந்த படித்துறையில் மோதி
சிணுங்கி நடக்கிறது தண்பொருநை
எனை அழைத்து அழுகிறாய்.
இரைவாங்கும் குருவிக் குஞ்சொன்று
அலகு விரிக்கையில்
பசியமர்ந்து மென்னகைக்கிறாய்.
இயற்கையினின்று சொற்களை
எடுத்து எடுத்துச் சேர்ப்பிக்கிறேன்
இன்னும் பல பதங்களை வேண்டுகிற
உன் சொல்வங்கியில்...
எங்கள் காதல் வாழ்வின் பரிபாஷைகளைப்
புதுப்பிக்க வந்தவள் அல்லவா நீ!

## சிருங்கேரி

துங்கையின் குறுக்கே
நடைபாலம் அதிர
அசைந்தாடி வருகிறது
கோயில் யானை.
கொஞ்சம் பயத்துடனே
விலகிநின்று வியக்கிறார்கள்
பாலத்தைக் கடக்க வந்த பக்தர்கள்.
கோயில் வாசலை அடைந்த யானை
குழந்தைகள் தலைகளில் தருகிறது – தன்
தும்பிக்கை ஈரத்தை ஆசிகளாக.
மலையினில் அவள்
மழைக்கால ரூபத்தையறிந்தோர்க்கோர்
ஆச்சர்யமாய்
பதின்மூன்று நூற்றாண்டுகள் முந்தைய – தன்
பால்யம் காட்டிச் சிறுமியென
கொஞ்சிக் குழைந்து நடக்கிறாள்
துங்கை இங்கே!

## மாக்காளை

பலமுறை மாற்றப்பட்டுவிட்டன
விதானத்தை அலங்கரிக்கும் துணிகள்.
அவற்றை ஒருநாளும் தொட்டுவிடவில்லை
மாக்காளையின் கொம்புகள்*.
ஓங்கி உயர்ந்திருக்கும் அதைக்
காண்கையில் தோன்றும்
ஒவ்வொரு நாளும்
மாக்காளை அளித்த வாய்ப்பு
என் வாழ்வை வாழ.
நெற்றியில் வெட்டுத் தழும்போடு
நெல்லையப்பர் ஏனோ சிரிக்கிறார்!

* நெல்லையப்பர் கோயில் மாக்காளையின் கொம்புகள் விதானத்துணியைத் தொடும் போது உலகம் அழியும் என்பது சிறுவர்களிடையே உலவிய கதை.

## பொதிகை எனும் மூதாட்டி / நிலைபெறும் அவள் யௌவனம்

அவளது முகச்சுருக்கங்களூடே
வழிந்திறங்கும் அருவி.
கிழவியாகத் தோன்றி
கிழவியாகவே வாழ்ந்துவருகிறாள்,
பொருநையைத் தாங்கித்
தரையில் தவழவிடும்
என் குலமுதுக்கி-
என்றும் வாழ்ந்திருக்கும்
முதுக்கி.

## பால்யங்களைப் பதியனிடும் கண்ணாடி

**எ**ன் மகள் பிறந்த நாளில்
என் வீட்டிலுள்ள
ஏழு கண்ணாடிகளுள் ஒன்று
மாயக்கண்ணாடி ஆகிவிட்டது.
மாறாமல் நீடித்திருக்கும் வசந்த காலத்தினின்று
கொய்து கொணர்ந்து
மாட்டப்பட்டிருக்க வேண்டும் அது.
முகம்பார்க்கும் கணந்தோறும்
வயது குறைந்தவாறுள்ளது.
என் பிம்பம் காட்டுவதெல்லாம்
என் தாய்க்கும் தாய்க்கும்
தாயாக வந்தவர்களின்
என் மகளுக்கும் மகளுக்கும்
மகளாகப் போகிறவர்களின் சிசுமுகமே.
முராகமியின்[1] இலையுதிர் காலக் கண்ணாடியின் பால்யம்
பூஞ்செடிகள் பதியனிடும்
எங்கள் முற்றத்தில் தொங்குகிறது.

1 ஜப்பானியக் கவி - கிஜோ முராகமி 1865 - 1938

## பிரியத்தின் சொல்

எனக்குத் தேவையாக இருந்ததெல்லாம்
ஒரு எளிய சொல்.
உன் இயல்புக்கெதிரென்று நீ
உணர்த்த விழையும் ஒரு சொல்.
பதிலீடு கோராத தூய அன்புக்குத்
தடையென வந்த சொல்.
உன் தர மறுத்தலால்
நான் வெகுவாக அவாவிய சிறுசொல்.
இறுதியில்
என் பிரியத்துக்குகந்த அச்சொல்லைத்
தூண்டிலில் மாட்டி சொடுக்கினாய்.
உன்னாலின்று மடிந்தன பார் -
மீன் தின்ற சொல்லும்
சொல் தின்ற மீனும்.

ஒளிச்சேர்க்கைக்கு சாளரம் நோக்கி வளையும்
உள்ளறைச் செடி நான்.
மேகங்களை யாண்டும் சிநேகித்து
மிதக்கின்ற புள் நான்.
அண்ணாந்து ஆகாயம் பார்த்து
சிலநாள்தானா ஆகிறது..?
ஆகாயம் இல்லாமல் ஆகாத உயிர் நான்.
நான்கு சுவர்களுக்குள் என்
மனிதத் தோல் மெல்ல உதிர்க்கிறேன்.
வானம் வானமென்று துடிக்குமென் ஆவி
எப்போதுமே ஒரு செடியும் புள்ளும்தானா?
சிறகுகள் பைய வெளித்தெரிகின்றன.
வேர்கள் கிளைத்து மண்கீறுகின்றன.
எல்லோர்க்கும் வெளி காணும் வாய்ப்பு
எப்போதோ தெரியவில்லை.
வேர் பிடித்த விருட்சமாகவோ - நான்
விசும்பு தீண்டிப் பறக்கும்காலமோ
வெகுதூரமில்லை.

**ஆ**று திங்களுக்கொருமுறை
அத்தையுடன் சேர்ந்து
கயிறு திரட்டி
தாலி பெருக்குவாள் அம்மா.
அத்தை கைராசியாம்.

சர்சரக்சர்சரக்கென
மஞ்சள் மினுக்கப் பெருகுகையில் - ஒரு
மாயாஜாலக் காட்சி அது.

மஞ்சட்கயிறல்ல; இரு
மனிதர்கள் பந்தமல்ல.
இழையிழையாய்ப் பெருகும் இரு
குடும்பங்களின் பந்தமது.

கயிறு நிறம் மங்கினபோதும் - அக்
கணத்தின் நிறம் மாறவில்லை.
கனவுகளின் நதிகளில்
கரைமோதும் நீர் வற்றுவதில்லை.

காலம் நகர்கையில்
கண்ணிகள் நெகிழ்கின்றன.
இழை பிரிந்து நின்றால் நான்
கயிற்றின் பாகமில்லையா என்
காந்திமதித்தாயே!

*Sorry* எனுமோர் அம்பெய்கிறாய். - பின்
*Sorry* எனும் மேலும் பல அம்புகளெய்தெனைச் சாய்த்து
அம்புப் படுக்கையின் அருகில்
*Sorry* எனும் மற்றுமோர் அம்பெய்து
கங்கையை ஊற்றெடுக்க வைப்பதாகச் சொல்கிறாய்.
ஒன்றை மறந்துவிட்டாய்.
பீஷ்மனல்ல நான்; பிச்சியுமல்ல.
உன் உள்ளுக்கும் உள்ளிருக்கும்
குளிர்தருவின் கிளையமரும்
புள்ளின் விழியில் மின்னும் ஒளிப் புள்ளி நான்.
நீ அர்ஜுனனல்ல; *alexythimic*[2].

2 Alexithymia - தன்னுடைய மற்றும் பிறருடைய உணர்வுகளை உணரவோ வெளிக்காட்டவோ இயலாத மனநிலையைக் குறிக்கும் ஒரு மருத்துவச் சொல். அத்தகைய நிலையில் உள்ளவர்கள் Alexithymic.

**ப**தம்பார்க்க இட்ட ஒரு துளி மாவு
மெதுமெதுவாக மேலே வருகிறது.
வெளிப் பிரகாரப் பலகணி வந்து
ரதவீதி விநோதங்களைப் பார்க்கிறேன்.
காற்று எங்கிருந்தோ இழுத்து வந்த நீர்த்துளி
காயும் எண்ணெயில் பட்டுத் தெறிக்கும் ஒரு வரி.
கர்ப்பக்கிருஹத்துக்குத் திரும்பும் நேரம் வந்துவிட்டது.
கண்மூடி மீண்டும் யோஹத்தில் அமர்கிறேன்.
மோனம்... மோனம்... மோனம்...!

**எ**ன் பேச்சைப் பொறுமையாகக்
கேட்டுக்கொண்டிருக்கின்றன
இந்தக் கட்டிடங்கள்.
இனி வாழ்வின்மேல்
எனக்கு ஒரு குறையுமில்லை.

ஒவ்வொரு நுண்ணொடியிலும்
விரிந்துகொண்டிருக்கிறது பிரபஞ்சம்.
விண்மீன் தொகுதிகள் எதை நோக்கியோ
விலகிச் சென்றுகொண்டிருக்கின்றன.
இடையறாது பூமியும்
விழுந்துகொண்டேயுள்ளது சூர்யனிடம்.
சந்தையில் வாங்கிய கூடைத் தக்காளிகளை
வண்டியில் ஏற்றிச் செல்கிறார் ஒரு நடுவயதுக்காரர்.
அக்கூடை விரிந்து தரையில் விழுந்து
தக்காளிகள் சிதறுகின்றன.
மனம் ஏன் பதறுகிறது?

கோடி கோடி தண்ணீர்பலூன்கள் என் வாழ்வு.
சொற்கள் அவற்றுக்குப் பகை.
எத்தனை பலூன்கள் நனைத்துவிட்டன
என் ஆயுளின்
எத்தனை நாட்களை..!
இருக்கட்டுமே;
பலூன்கள் உள்ள இடத்தில்
மகிழ்வுக்கு ஏது குறை!

சரிவினில் இழிந்திடும் எறும்பே - உன்
மனதினில் இப்போது என்ன?
கடுகிடும் உந்தன் கால்களில் ஒன்றாகி
பிரபஞ்சத்தை நான் காணவேண்டும்.

*

வில்வித்தை பயிற்றுவிக்கும்
மைதானத்தில்
கோடைகால மதிய வேளையில்
இளைப்பாறிக்கொண்டிருந்தன
சாம்பல் நிறப் புறாக்கள்.

*

ஆரஞ்சு நிற வண்ணத்துப்பூச்சி ஒன்று
திக்....கித் திணறி
பயந்து பறந்து
சாலை கடப்பதைப்
பார்த்துக் கொண்டிருந்தேன்,
பச்சை விழும் வரை.

*

சாணமிட்டு மெழுகிய சொளவில்
புத்தரிசி போட்டுப் புடைக்கத் தொடங்கினேன்.
பசிய வயல்பரப்பில்
பறந்து அமர்கின்றன கொக்குகள்.

*

வெளியே மழை
தொட்டாச்சுருங்கி இலைகள்
விரிந்திருக்கின்றன.

*

முதுவேனில் மதியம்.
துருப்பிடித்த கிணற்றுச் சகடையில்
வந்தமரும் மீன்கொத்தி.

*

கொடிவிதைகள் வெடித்து
ஜன்னல் கண்ணாடியில் தெறிக்கும் சப்தம்.
மெது.....வாக விடிகிறது இரவு.

*

புலரொளி தாமதிக்க
மயில்மாணிக்க முகை ஜ்வலிக்கிறது
பனிநாளின் அதிகாலை.

*

நடுநிசி இரவில்
மறுபடி மறுபடி
ஒருவரி ஒருவரி ஒரு வரி...

*

## ஒரு விண்மீன் பேசிய கடைசிச் சொல்

**எ**ளிய சொற்களின் சிசு அது.
அன்பான சொற்களின் சிசு.
வலிதான சொற்களின் சிசு.
சுடர்கிற சத்யத்தின் சிசு.
ஒரு முன்னூறு ஆண்டுகள் முன்
ஒளியிழந்த நக்ஷத்திரம்
நேற்று என் முற்றத்தில்
சிதறிச் சென்றிருந்த சொல் அது.
மூன்று தலைமுறைகள் முன்பு - தன்
முற்றத்தில் என் ஓட்டன்
அதனைக் கண்டெடுத்தார் - பின்பென்
பூட்டனும் அதனைக் கண்டெடுத்தார்.
என் தாத்தாவும்.
என் அப்பாவும்.
நேற்று நானும்.
ஐந்து தலைமுறைகள் கண்டுவந்த அச்சொல்
கற்பகோடி ஒளிவருடம் கடந்து வந்த அச்சொல்
களைப்பான களைப்பான களைப்பாக
துயரான துயரான துயராக
ஒரு அறிமுகப் புன்னகையில்
ஆசுவாசம் கொண்ட பின்பு
அழகான அழகான அழகாக
மகிழ்வான மகிழ்வான மகிழ்வாக
செறிவான செறிவான செறிவாக

மிக எளிதான அன்பில்செய் உயிரானது.
அண்டப்பெருவெளியினது
வினோதங்களில் மறைந்திருந்து
மீண்டொருநாள் நீ வெளிவரவும் கூடும்
என் அன்பான தாரகையே.
அதுவரையிலும்
உன் இறுதிச் சொல்லுக்குச் சொந்தக்காரி
அகலிருவிசும்பின் மீனில் நான் ஒருத்தி.

**க**டமைகளுமாச்சு காலச்சக்கரமுமாச்சு – என்
ஒற்றை பென்சிலிடமும்
ஓவியத் தாள்களிடமும் திரும்பிச் செல்ல
சதா மனம் துடிதுடிக்கிறது.
காதலன்று; கலையுமன்று; வெறும் பித்து.
இப்பித்தென்னை
மகிழ்த்துகிறது; வருத்துகிறது – எனை
மறக்கச்செய்து மறக்கச்செய்து உயிர்ப்பிக்கிறது.
வெள்ளைத் தாள்களே சரணம்!

*கார்த்திகா முகுந்த் (1982)*

பிறந்த ஊர் திருநெல்வேலி. தற்போது கணவர் மற்றும் மகளுடன் பெங்களூரில் வசிக்கிறார்.

தமிழில் இளமுனைவர் பட்டம். ஒரு கவிதைத் தொகுப்பு (இவளுக்கு இவள் என்றும் பேர், உயிர்மை பதிப்பகம், 2010), மற்றும் ஒரு சிறார் கதைத் தொகுப்பு (குட்டி யானைக்கு பச்சைத் தொப்பி, உயிர்மை பதிப்பகம், 2018) வெளியாகியுள்ளன. முன்னணி தமிழ் இதழ்களில் கதை, கவிதைகள் வெளியாகியுள்ளன. அமரர் கல்கி நினைவு சிறுகதைப் போட்டியில் (2012) இரண்டாம் இடம் பெற்றார்.

கல்கி வார இதழின் ஆசிரியர் குழுவில் இரண்டு வருடங்கள் பணியாற்றியுள்ளார். முன்னணி தமிழ் எழுத்தாளர்களுடைய புத்தகங்களைப் பிரதி மேம்படுத்தியுள்ளார்.

கல்வெட்டியல், ஓவியம் வரைதல், சைகை மொழி, பின்னலாடை நெய்தல் ஆகியன இவரது பிற ஆர்வங்கள்.

மின்னஞ்சல் - karthikaneya@gmail.com

www.ingramcontent.com/pod-product-compliance
Ingram Content Group UK Ltd.
Pitfield, Milton Keynes, MK11 3LW, UK
UKHW042011190726
13854UKWH00005B/2251